બધિરોના જીવનમાં શિક્ષણ એ જ સંજીવની

હિરેનકુમાર ગોહેલ

Copyright © Hirenkumar Gohel
All Rights Reserved.

This book has been published with all efforts taken to make the material error-free after the consent of the author. However, the author and the publisher do not assume and hereby disclaim any liability to any party for any loss, damage, or disruption caused by errors or omissions, whether such errors or omissions result from negligence, accident, or any other cause.

While every effort has been made to avoid any mistake or omission, this publication is being sold on the condition and understanding that neither the author nor the publishers or printers would be liable in any manner to any person by reason of any mistake or omission in this publication or for any action taken or omitted to be taken or advice rendered or accepted on the basis of this work. For any defect in printing or binding the publishers will be liable only to replace the defective copy by another copy of this work then available.

આ પુસ્તક સમાજના દરેક દિવ્યાંગો, દિવ્યાંગોના કલ્યાણક્ષેત્રે કાર્યરત મહાનુભાવો, શિક્ષકો, અને સામાજિક કાર્યકરો કે જેઓ પોતાના જીવનનો ધ્યેયમંત્ર દિવ્યાંગોની સેવા દ્વારા સમાજની સેવાનો નિર્ધાર ધરાવે છે તેઓને અર્પણ કરું છું.

સામગ્રી

પ્રસ્તાવના

શિક્ષણ એ સંજીવની છે જેનાથી વ્યક્તિને નવું જીવન મળે છે. જેનાથી તેની અંદર રહેલી સુષુપ્ત શક્તિઓનો વિકાસ થાય છે. તેની અંદર સર્જનાત્મક્તાના ગુણ વિકસે છે. સને ૧૯૭૫ માં દિવ્યાંગોને પણ સામાન્ય બાળકોની જેમ શિક્ષણ મળી રહે તે માટેનો કાયદો ઘડવામાં આવ્યો જેમાં એવું ઠરાવવામાં આવ્યું કે દિવ્યાંગોને નજીકની શાળામાં પ્રવેશ અપાવવો અને તેને યોગ્ય શિક્ષણ મળવું જોઈએ. બધિરતા સિવાયની અન્ય દિવ્યાંગતા જેવી કે અંધત્વ, શારીરિક વિકલાંગતા વગેરેને સામાન્ય બાળકોની સાથે સામાન્ય શિક્ષણ આપીને તેઓનું શૈક્ષણિક પુનર્વસન કરી શકાય છે. જ્યારે મૂક-બધિર દિવ્યાંગોને શ્રવણખાદ્ય હોય તેમના માટે વિશિષ્ટ શાળા એજ શ્રેષ્ઠ વિકલ્પ છે. કારણકે સામાન્ય શાળામાં રહન્ટ સામાન્ય બાળકોની સાપેક્ષમાં મૂક-બધિર બાળકોને વિશેષ કાળજીની જરૂરીયાત રહે છે. જે વિશિષ્ટ શાળામાં શક્ય બને છે. આ પુસ્તક દ્વારા સમાજને બધિરોના જીવનમાં શિક્ષણનું મહત્વ રજૂ કરવાનો નમ્ર પ્રયાસ છે.

સ્વીકૃતિઓ

"મે સંભાળ્યું હું ભૂલી ગયો..... મે જોયું મને થોડું યાદ રહ્યું..... મે જાતે કર્યું મને બધુ યાદ રહી ગયું....!!!!" આ પુસ્તક દિવ્યાંગ મૂક બધિર વ્યક્તિના જીવનમાં શિક્ષણ અને તેમાં પણ વ્યાવહારિક શિક્ષણનું શું મહત્વ છે? તે રજૂ કરતું ઉત્તમ પુસ્તક છે.

- શ્રીમતી જાગૃતિબેન જોષી (કો-ઓડિનેટર, ટીચર ટ્રેનીંગ કોલેજ
ફોર ધી ડેફ, અમદાવાદ)

આ પુસ્તક લોકોના માનસ પર અંકાયેલી દિવ્યાંગો પ્રત્યેના વલણને સ્પષ્ટ કરનાર પરાશીશી સમાન છે.

- શ્રી જયેન્દ્રસિંહ વિજયસિંહ ઝાલા (મંત્રી, શ્રી વિકલાંગ સંસ્થા
કર્મચારી વેલ્ફેર ટ્રસ્ટ, સુરેન્દ્રનગર)

જેમ હનુમાનજી હિમાલય પરથી સંજીવની બુટ્ટી લાવી, લક્ષમણજીના પ્રાણ બચાવ્યા હતા. તેમ મૂક બધિર દિવ્યાંગોના સ્વપનોને પાંખો શિક્ષણરૂપી સંજીવનીજ આપી શકે.

- શ્રી કૃષ્ણકાંત પારેખ (નિવૃત્ત આચાર્, બહેરા-મૂંગા શાળા,
અમદાવાદ)

મૂક બધિર વ્યક્તિ પોતાના જીવનમાં શિક્ષણની નાવડી પર સવાર થઈ ભવસાગર પાર કરી શકે છે. જે આ પુસ્તકમાં તાદસ નિરૂપણ કરેલું છે.

- શ્રી જ.એચ.લખારા (જિલ્લા સમાજ સુરક્ષા અધિકારી,
પંચમહાલ-ગોધરા)

શ્રી હિરેનભાઇના વિશિષ્ટ શિક્ષક તરીકેના અનુભવો અને ખાસ કરીને મૂક બધિર દિવ્યાંગ માટે શિક્ષણની ખાસ જરૂરિયાત પર ભાર મુકતું આ પુસ્તક ખૂબ રોચક છે.

- કુ. મીનાક્ષીબેન જાની (પ્રિન્સિપાલ, શ્રી રામ મૂક બધિર
વિદ્યાલ, જામનગર)

<u>રેડિયો વાર્તાલાપ</u>

વિષય : "મૂક-બધિર બાળકના જીવન માટે શિક્ષણ એજ સંજીવની"

પ્રસારણ : આકાશવાણી કેન્દ્ર ગોધરા.

**વાર્તાલાપ રજુ કરનાર : શ્રી હિરેનકુમાર જયંતિલાલ ગોહેલ
(મદદનીશ શિક્ષક)**

ગાંધી સ્પેશ્યલ બહેરા-મુંગા વિદ્યાલય, ગોધરા.

મિત્રો ખરેખર તો આજનો આ સંવાદ જેમના માટે છે તે મૂક-બધિર દિવ્યાંગો આ કાર્યક્રમનું શ્રવણ કરી શક્તા નથી. માટે આ કાર્યક્રમના તમામ શ્રોતાઓને મારી નમ્ર વિનંતી છે કે તમે આ કાર્યક્રમને કાળજી પૂર્વક સાંભળી તમારી આસપાસ રહેતા તેમજ તમારી જાણમાં હોય તેવા તમામ મૂક-બધિરોને આ કાર્યક્રમની વિગતો સમજાવવાનો પ્રયત્ન કરશો.

સૌપ્રથમ વાત કરીએ તો દિવ્યાંગતા એ અભિશાપ નથી. આપણને સહુને કુદરતે પાંચ ઈન્દ્રીયો આપેલી છે. જેના દ્વારા આપણે જ્ઞાન ગ્રહણ કરીએ છીએ. બાળક જન્મતાની સાથે જ વિવિધ ઈન્દ્રીયો દ્વારા જ્ઞાન મેળવે છે. જેને આપણે સાહજીક શિક્ષણ કહી શકીએ. સામાન્ય રીતે બાળક જન્મતાની સાથેજ સાંભળી-સાંભળીને આસપાસના વિવિધ અવાજોને સમજવાનો પ્રયત્ન કરે છે. અને ધીમે ધીમે ભાષા ગ્રહણ કરે છે. જ્ઞાન કે શિક્ષણ મેળવવાનું માધ્યમ ભાષા છે. અને ભાષા રોજ-રોજ સાંભળીને અને વ્યવહારમાં બોલીને શીખવામાં આવે છે. જે બાબત બધિર બાળકમાં જોવા મળતી નથી. તેને સંભળાતું નથી માટે તે બોલી શકતુ નથી. પરંતુ વિવિધ ટેકનોલોજીકલ સપોર્ટ દ્વારા બધિર બાળક પણ ભાષા શીખી શકે છે અને જો ઉમદા પ્રયત્નો કરવામાં આવે તો બધિર પણ બોલી શકે છે.

પરંતુ તેના માટે જરૂર છે આવી દિવ્યાંગતાની વહેલી તકે ઓળખ કરવાની.

પહેલાના સમયમાં સામાજિક જાગૃતિનો અભાવ હતો. જાગૃતિ ફેલાવવાના સાધનો મર્યાદિત હતા, મેડિકલ અવેરનેસ ઓછી હતી. તેમજ લોકોમાં શિક્ષણનો વ્યાપ પણ પ્રમાણમાં ઓછો હતો. તેમજ અંધશ્રદ્ધા અને કુરિવાજો પ્રચલિત હતા. બધિર બાળકનો કે અન્ય કોઈ દિવ્યાંગ બાળકનો જન્મ થવો એ પાછલા જન્મોના કર્મોનું ફળ ગણવામાં આવતું. ઘરમાં બધિર બાળકનો જન્મ થાય તો તે બાળકને સંભળાતું નથી માટે તે બોલી શકતું નથી તેવી જાણ પણ કુટુંબ કે સમાજને ન હતી. કારણકે ત્યારે આટલી નાની ઉંમરે બાળકની દિવ્યાંગતાને ઓળખી, યોગ્ય નિદાન કરવાના સાધનો પૂરતા ન હતા. માટે ઘરના સભ્યો એવું માનતા કે બાળક મોટું થશે એટલે બોલતું થશે.

જ્યારે બાળકની બધિરતા વિશે ખ્યાલ આવતો કે તેની જાણ થતી ત્યારે કુટુંબના અને સમાજના લોકો તેને અભિશાપ ગણતા અને બધિર બાળક પ્રત્યે તિરસ્કારનો ભાવ રાખતા. અંધશ્રદ્ધામાં ડુબેલા લોકો તેને યોગ્ય દાક્તરી તપાસ કરાવી, યોગ્ય ઈલાજ કરાવી જરૂરી મેડિકલ સપોર્ટ અપાવવાને બદલે ભૂવા અને તાંત્રિક પાસે લઈ જતા. પોતાનું બાળક બોલે તે માટે બાધા-આખડીઓ રાખતા. જ્યારે બધેથી નિરાશા મળતી ત્યારે થાકી-હારીને માતા-પિતા આ બાળક સાંભળી કે બોલી શક્તો નથી માટે હવે તેને ઘરના અને ખેતરના વિવિધ કામોમાં કે મજૂરી કામમાં જોતરી દેતા. જે ઉંમરે બાળકને શિક્ષણ મેળવવાનું હોય અન્ય બાળકો સાથે રમતો રમવાની હોય તે ઉંમરે બાળકને મજૂરી કામ કરાવાતું. આમ, તેનું બાળપણ છીનવાય જતું. અને તેને શિક્ષણથી વંચિત રાખવામાં આવતો.

શિક્ષણ એ સંજીવની છે જેનાથી વ્યક્તિને નવું જીવન મળે છે. જેનાથી તેની અંદર રહેલી સુષુપ્ત શક્તિઓનો વિકાસ થાય છે. તેની અંદર

સર્જનાત્મક્તાના ગુણ વિકસે છે. સને ૧૯૭૫ માં દિવ્યાંગોને પણ સામાન્ય બાળકોની જેમ શિક્ષણ મળી રહે તે માટેનો કાયદો ઘડવામાં આવ્યો જેમાં એવું ઠરાવવામાં આવ્યું કે દિવ્યાંગોને નજીકની શાળામાં પ્રવેશ અપાવવો અને તેને યોગ્ય શિક્ષણ મળવું જોઈએ. બધિરતા સિવાયની અન્ય દિવ્યાંગતા જેવી કે અંધત્વ, શારીરિક વિકલાંગતા વગેરેને સામાન્ય બાળકોની સાથે સામાન્ય શિક્ષણ આપીને તેઓનું શૈક્ષણિક પુનર્વસન કરી શકાય છે. જ્યારે મૂક-બધિર દિવ્યાંગોને શ્રવણખાદ્ય હોય તેમના માટે વિશિષ્ટ શાળા એજ શ્રેષ્ઠ વિકલ્પ છે. કારણકે સામાન્ય શાળામાં અન્ય સામાન્ય બાળકોની સાપેક્ષમાં મૂક-બધિર બાળકોને વિશેષ કાળજીની જરૂરીયાત રહે છે. જે વિશિષ્ટ શાળામાં શક્ય બને છે. તદઉપરાંત મૂક-બધિર વિદ્યાર્થીઓને શાળાના તમામ વિષયો તેમની માતૃભાષા એવી સાંકેતિક ભાષામાં જ સમજાવવા જોઈએ એ પણ વિશિષ્ટ શાળામાં જ શક્ય બને છે. કારણકે આવી વિશિષ્ટ શાળામાં વિશિષ્ટ તાલીમ પામેલા અને ખાસ લાયકાત ધરાવતા વિશિષ્ટ શિક્ષકો ફરજ બજાવતા હોય છે. તેમજ આ વિશિષ્ટ શિક્ષકો ભારત સરકારના સ્વતંત્ર એકમ એવા RCI (Rehabilitation Council of India) માં રજીસ્ટ્રેશન ધરાવતા હોય છે. આવા વિશિષ્ટ શિક્ષકો દ્વારા બધિર બાળકોને સાંકેતિક ભાષામાં શિક્ષણ આપવામાં આવે છે.

બધિરોના જીવનમાં શિક્ષણનું અનેરું મહત્વ છે. બધિર બાળક જ્યાં સુધી શાળાએ ન ગયો હોય ત્યાં સુધી તો તેને પોતાનું નામ શું છે? તેનો પણ તેને ખ્યાલ હોતો નથી. શાળામાં આવતા પહેલા તે કોરી સ્લેટ જેવો હોય છે. આ સ્લેટમાં વિવિધ રંગો અને આકારો રચવાનું કામ વિશિષ્ટ શાળામાં કરવામાં આવે છે. આવી શાળા સામાજિક ન્યાય અને અધિકારીતા વિભાગના સમાજ સુરક્ષા ખાતા દ્વારા અનુદાનિત હોય છે. જેનુ સંપૂર્ણ સંચાલન રાજ્ય સરકાર હસ્તક હોય છે. આવી વિશિષ્ટ શાળા દરેક જિલ્લામાં આવેલી છે. જ્યાં મૂક-બધિર બાળકને શિક્ષણની સાથે સાથે વ્યાવસાયિક તાલિમ આપવામાં આવે

છે. આવી શાળા મુખ્યત્વે નિવાસી શાળા હોય છે. જ્યાં બધિર બાળકોને પૌષ્ટિક ભોજન, યુનિફોર્મ અને પાઠ્ય પુસ્તકો આપવામાં આવે છે. બધિરોને વિવિધ રમતોમાં ભાગ લેવડાવામાં આવે છે. વિવિધ સાંસ્કૃતિક કાર્યક્રમોમાં ભાગ લેવડાવી તેની અંદર રહેલી સુષુપ્ત શક્તિઓને બહાર લાવવાનો પ્રયાસ કરવામાં આવે છે.

બધિરોના જીવનમાં શિક્ષણની સરવાણીથી તેમનામાં નૈતિક મૂલ્યોનું ઘડતર થાય છે. જેનાથી તે એક સમર્પિત નાગરિક બને છે. આ નૈતિક મૂલ્યોને પોતાના જીવનમાં ઉતારી સમાજ અને દેશના નૈતિક મૂલ્યોનું જતન કરે છે.

વિશિષ્ટ શાળામાં બધિર બાળકોને સાંકેતિક ભાષામાં શિક્ષણ આપવામાં આવે છે. શિક્ષણ મેળવવાથી તેમનામાં વૈજ્ઞાનિક દ્રિષ્ટિકોણ વિકસે છે. જેના થકી તે વિવિધ આધુનિક ટેકનોલોજીનો ઉપયોગ કરી પોતાના અને પોતાના કુટુંબ તેમજ દેશના વિકાસમાં પોતાની સહભાગીદારીતા સુનિશ્ચિત કરે છે.

મૂક-બધિર બાળક જો શિક્ષણ મેળવે તો તે વહેમ, અંધશ્રદ્ધાને વૈજ્ઞાનિક તથ્યોની સાથે સરખાવી વહેમ અને અંધશ્રદ્ધામાંથી બહાર આવે છે.

વિશિષ્ટ શાળામાં મૂક-બધિર બાળકોને શિક્ષણ તો આપવામાં જ આવે છે પરંતુ સાથે-સાથે વિવિધ વ્યવસાયિક તાલીમ જેવી કે સિલાઈકામ, ભરત-ગૂંથણ, કેનિંગ વર્ક, સ્ક્રીન પ્રિંટિંગ, મોટર રીવાઇન્ડીંગ, એસી-ફ્રીઝ રીપેરીંગ, સુથારી કામ, લુહારી કામ વગેરે કૌશલ્ય વર્ધક તાલીમ પણ મેળવે છે. જેના થકી સરકારના 'સ્કિલ ઈન્ડિયા' પ્રોજેક્ટ માટે જરૂરી તાલીમ પામેલા શ્રમયોગીઓ પણ મળી રહે છે. જેનાથી દેશના વિકાસમાં વધારો થાય. આમ, વિશિષ્ટ શાળામાં અભ્યાસ કરેલ બધિર બાળક જેવો પોતાનો અભ્યાસ પૂર્ણ કરે તેની સાથે જ તે પોતાની આજીવિકા કમાઈ શકવા માટે પણ સક્ષમ બની જાય છે.

આપણા સમાજમાં એવા ઘણા બધિર વ્યક્તિઓ છે કે જેઓ અત્યારે કોઈ બેંકમાં કેશિયર છે. કોઈ સારા આર્કિટેક છે તો કોઈ સારા બિઝનેશમેન છે. કોઈ સારા ખેલાડી છે. આમ, તેઓ વિવિધક્ષેત્રે બહુમાન મેળવી રહ્યા છે. આ તમામ પોત-પોતાના ક્ષેત્રમાં શ્રેષ્ઠ કામગીરી અને સફળતાનો શ્રેય શિક્ષણને જ આપે છે. માટે જ કહી શકાય કે મૂક-બધિરોના જીવન માટે શિક્ષણ એજ સંજીવની છે.

હું મૂક-બધિર બાળકોની શાળામાં દિવ્યાંગોને શિક્ષણ અને વ્યાવસાયિક પુનર્વસન કરતી વિશિષ્ટ શાળામાં વિશિષ્ટ શિક્ષક તરીકે કાર્યરત છું. તેમજ પંચમહાલ જિલ્લાના એકમાત્ર સાઈન લેંગ્વેજ ઈન્ટરપ્રિટર (સાંકેતિક ભાષાના દુભાષિયા) તરીકે કાર્ય કરું છું. હું પોતે વ્યક્તિગત રીતે મૂક-બધિર બાળકોના વાલીઓની રૂબરૂ મુલાકાત લઈને મૂક-બધિરોને વિશિષ્ટ શાળામાં પ્રવેશ અપાવવા, તેમને જરૂરી દાક્તરી સહાય અને વિવિધ સરકારી કલ્યાણકારી યોજનાઓનો લાભ અપાવવા માટે પ્રયત્ન કરું છું. આ કાર્યમાં ઘણીવાર અમુક એવા અનુભવો થાય છે કે વાલી પોતાના મૂક-બધિર બાળકને પોતાનાથી દૂર આવી વિશિષ્ટ શાળામાં અભ્યાસ માટે મૂકવા માટે રાજી હોતા નથી તેઓ તેમની સલામતી અને સુવિધા અંગે ચિંતિત હોય છે. પરંતુ મારો હંમેશા એક જ અભિગમ હોય છે કે વાલી એક વખત આ વિશિષ્ટ શાળાની મૂલાકાત લે અને ત્યારબાદ પોતાના બાળકને શાળામાં પ્રવેશ અપાવવા અંગેનો નિર્ણય કરે. કારણકે ઘણા છેવાડાના લોકો આ બાબત થી અજાણ હોય છે.

દિવ્યાંગો માટે સરકારશ્રીની વિવિધ યોજનાઓ જેવી કે સંત સુરદાસ યોજના, લગ્ન સહાય યોજના, સાધન સહાય યોજના, ધંધા-રોજગાર માટે સબસિડી વાળી લોન, બસમાં મફત મુસાફરી માટે બસ પાસ, રેલ્વેમાં મફત મુસાફરીનો લાભ વગેરેથી લાભાંવિત થાય અને આ ત્યારેજ શક્ય બનશે જ્યારે વાલી, કુટુંબ અને સમાજ દિવ્યાંગોના શિક્ષણ માટે કટિબદ્ધ બનશે અને ત્યારે જ આ શ્લોક ખરા અર્થમાં

સાર્થક થશે.

"મૂકં કરોતી વાચાલમ પંગુ લંઘયતે ગિરિમ ચત્કૃપા તમહં વંદે પરમાનંદમાધવમ"

આભાર

www.ingramcontent.com/pod-product-compliance
Lightning Source LLC
Chambersburg PA
CBHW061412160726
47995CB00002B/585